யாயும் ஞாயும்

பறம்பு கே.ரவி

என்னை உருவாக்கிய
தாய் தந்தைக்கும்
என்னை உயர்வாக்கிய
ஆசிரியர்களுக்கும்
இந்நூல் காணிக்கை

நூல் விபரம்

நூலின் பெயர்   : யாயும் ஞாயும்
ஆசிரியர்   : பறம்பு கே.ரவி
உரிமை   : ஆசிரியருக்கே
நூல் வகை   : கவிதைத் தொகுப்பு
முதல் பதிப்பு   : ஜூன் 2024
பக்கங்கள்   : 108
வெளியீடு   : Notion Press,Chennai
தொடர்பு   : parampukravi@gmail.com
                  9488278374

உள்ளே

அணிந்துரை

அண்மைக் காலமாய் மிகச் சிறந்த
எழுத்தாளராய்
தமிழ் கூறும் நல்லுலகில் எழுந்து நிற்கும்
என் பாசமிகு நண்பர் பறம்பு கே.ரவி அவர்கள்
எழுதியுள்ள யாயும் ஞாயும்
என்னும் இந்நூலுக்கு அணிந்துரை
எழுத கிடைக்கப் பெற்ற வாய்ப்புக்காக
உளம் மகிழ்கிறேன்.
இந்நூலினை வாசித்தபோது
நான் சுவாசித்தேன் என்பது மட்டுமல்ல
நூலினுள் வசித்தேன் என்பதே உண்மை.
நூலின் மணத்தை அனுபவித்தேன் என்றே
ஆழமாகக் கூறலாம்.
திரு. பறம்பு கே.ரவி அவர்கள்
பொழுதுபோக்கிற்காக எழுதும் எழுத்தாளர்
அல்ல, மாறாகச் சமுக அக்கறையோடு
சமுக மாற்றத்திற்காக எழுதும் எழுத்தாளர்.
சமுக அவலங்களைச் சுட்டிக்காட்டும் அவர்
தமிழ் மொழி என்ற தலைப்பில் துவங்கி

யாயும் ஞாயும் என்ற கவிதையில் நூலை
முடித்துள்ளார்.
அவர் எழுதிய சில வரிகளை
அடிக்கோடிட்டுக் காட்டுவதே
அணிந்துரைக்கு அழகு எனக் கருதுகிறேன்.
தமிழ் மொழி என்கிற தலைப்பில்
'தமிழைப் படிப்போம்
தமிழில் படைப்போம்'
என்கிற தனது தணியாத தாகத்தை
வெளிப்படுத்தியுள்ளார்.
வாழ்க... வாழ்க... என்ற தலைப்பில்
'காலை வாரி ஓடாமல்
காலத்தோடு ஓடி வாழ்க '
என்று உலகத்தையே கெஞ்சிக் கேட்கிறார்.
ஆன்மிகம் என்ற தலைப்பில்
'இன்சொல் பேசி
இன்முகம் காட்ட அழைப்பதே'
ஆன்மிகம் என வரையறை வைக்கிறார்.
சாதி, மாற்றம் ஆகிய தலைப்புகளில்
சாதியின் பெயரால் சதியும்
மதத்தின் பெயரால் மதமும்
நடப்பதைச் சுட்டிக்காட்டி

மாற்றம் தேவை என்று சாடுகிறார்.
வாழ்க்கை என்ற தலைப்பில்
'துன்ப துயரத்தின்
உச்சத்தில் தான்
மனிதன்
உருவாக்கப்படுகிறான்'
என்று உச்சம் தொடுகிறார்.
'இந்நாட்டில் ஆறுகளுக்கு பஞ்சமில்லை'
என்று எழுதும் ஆசிரியர்
'கண்ணீர் ஆறுகளுக்கும் பஞ்சமில்லை'
என்று கதறுகிறார்.
நெகிழி மலிந்துவிட்ட சமூகத்தில்
'மண் மலடாகிவிட்டது' எனக்
கவலையை வெளிப்படுத்துகிறார் ஆசிரியர்.
'என்று மலரும் மனிதநேயம்'
என்று கேட்டு எரிமலையாய் எழுகிறார்.

இந்நூல் முழுவதிலும்
சமூகத் தீமைகளை சுட்டெரிக்கும்
சூரியன்களாக,
மூட நம்பிக்கைகளை முடக்கிப் போடும்
முத்துகளாக,

விதிகளை மதியால் வெல்லும் மானுடர்களாக
வாழ அழைப்பு விடுக்கிறார் ஆசிரியர்.
இது அவரது இரண்டாவது படைப்பு.
அனைவரும் வாசித்து மாற்றம் காண
அழைக்கும் அருமையான நூல்.
வாசிப்போம் ! யோசிப்போம் !!
வாசிப்போம் ! வாழ்வோம் !!
ஆசிரியர் மேலும் பல நூல்களைத் தந்து
தமிழன்னையின் பாதமலர்களை
அலங்கரிக்க நெஞ்சார வாழ்த்துகிறேன்.

அன்புடன்,
அருள் முனைவர் எ.ஒய்ஸ்லின் சேவியர்
திருத்துவபுரம் மறைவட்ட
முதன்மைப் பணியாளர்,
குழித்துறை மறைமாவட்டம்,
கன்னியாகுமரி.

ஆக்கியோன் பேசுகிறேன்

'காகிதம் மிகவும் லேசானது தான் ; ஆனால் அதில் எழுதியிருக்கும் எழுத்துகள் மிகவும் வலிமையானவை.' இவ்வாக்கியங்களை முழுமையாக நம்புபவன் நான். இலக்கியம் என்பது சமூகத்தைப் பிரதிபலிக்கும் கண்ணாடி. சமூகத்தில் நிலவும் அநீதிகள், பாகுபாடுகள், அவலங்கள் போன்றவற்றை சுட்டிக்காட்டும் யாயும் ஞாயும் சமூகத்தை நல்வழிப்படுத்த உதவும் என்ற நம்பிக்கை எனக்குள்ளது. இந்நூலுக்கு அணிந்துரை வழங்கி அழகு சேர்த்த சிறந்த எழுத்தாளரும், 'புதிய தேடல்' மாத இதழ் ஆசிரியரும், திருத்துவபுரம் கத்தோலிக்க மறைவட்ட முதன்மை அருட்பணியாளருமான பாசமிகு நண்பர் அருள் முனைவர் எ.ஒய்ஸ்லின் சேவியர் அவர்களுக்கு நெஞ்சார்ந்த நன்றிகள். நூலில் எழுத்துப்பிழைகள் நீக்க உதவிய கெழுதகை நண்பர் தேனி, நாடார் சரசுவதி மேல்நிலைப்பள்ளி முதுநிலை தமிழாசிரியர் திரு.செ.மணி அவர்களுக்கும் நன்றிகள்.

அட்டைப்படம், நூல் வடிவமைப்பு
ஆகிய பணிகள் செய்த எனது மகன்கள்
அபிசேக் ஆர்.ஜே.வினிபர், அபிஜித் ஆர்.ஜே.
வினிபர் ஆகியோருக்கும் நன்றிகள்.
சிறந்த முறையில் அச்சிட்டு வெளியிட்ட
Notion Press, Chennai அவர்களுக்கும்
மனமார்ந்த நன்றி.
எனது எழுத்துகள் வழியாக
சிறிதளவாவது சமூக மாற்றம்
ஏற்பட வேண்டும்
என்பதற்காகவே எழுதுகிறேன்.
யாயும் ஞாயும்
உங்களிடம் பேசவுள்ளது.
பேச்சைக் கேளுங்கள்;
வாழுங்கள்...

அன்புடன்,
பறம்பு கே.ரவி

1. தமிழ் மொழி

தாய் மொழியாம்
நம் தமிழ் மொழி
நம் இனிய மொழி
நம் செம்மொழி
நம் விழிநிகர் மொழி
இயலிசை நாடகம் கொண்ட
முத்தமிழ் மொழி...
இலக்கணம் இதிலுண்டு
அதன் வழி
இலக்கியங்களுக்கு
இங்கு பஞ்சமில்லை
இடையே வந்த
இலக்கணமில்லா
வசன கவிதையாம்
புதுக்கவிதையும்
தமிழை அலங்கரிப்பது கண்டு
துள்ளுகிறது மனம்
திருக்குறள் போல்

யாயும் ஞாயும்

பிறமொழியில் நூலில்லை என்று
பெருமை கொள்வோம்
தமிழை விழி என்போம்
தமிழை உயிர் என்போம்
தமிழோடு வாழ்வோம்
தமிழனாய் வாழ்வோம்
தமிழைப் படிப்போம்
தமிழில் படைப்போம்
தமிழின் புகழ் பரப்புவோம்.

2. இளைஞனே...

இளைஞனே...
யாருக்கும்
யாரும் ஒப்பார் ஆகார்.
உனக்கு ஒப்பார் நீயே!

யாருக்கும்
யாரும் அடிமையுமிலர்
இதை உணரப்பா நீ!

சொல்லும் செயலும்
நேர்கோட்டில்
பயணிக்கட்டும்!

வீண் பகட்டை
வெறுத்து
நோக்கமுடன் வாழ்க!
பணத்தை மட்டுமே
வாழ்க்கையின் கருவியாகத்

யாயும் ஞாயும்

தேடி அலைய வேண்டாம்.

வெறுமனே
வந்து போவதல்ல,
தந்து போவது தான்
வாழ்க்கை....
எதைத் தருவது
என்றே திட்டமிடு !

வாழ்வும் வளமும்
உன் கையில்
என்பதை உணரப்பா நீ !

3. உழைப்பு

உழைப்பே
உயர்வு தரும் என்பது
பழங்கதையாகிவிட்டது.

உழைக்காமல் உண்பவன்
திருடன் என்றே
உத்தமர் காந்தியும் சொன்னார்.

பிறர் உழைப்பில்
தன்னை வளர்க்கும் கூட்டம்
பெருகிவிட்டது.

பிறர் மனதை
வாட்டியே வாழ்வது
வாடிக்கையாகிவிட்டது.

பிறர் துன்பத்தில்
இன்பம் காண்பது

யாயும் ஞாயும்

பொழுதுபோக்காகிவிட்டது.

பிறர் முதுகில்
ஏறியே பயணிப்பது
அன்றாட நிகழ்வாகிவிட்டது.

சிறு உதவிக்குக் கூட
கையூட்டுப் பெறுவது
கடமையாகிவிட்டது.

மாறுவோம் மாற்றுவோம்...
உழைப்பின் உயர்வைப்
பறைசாற்றுவோம்!

4. வாழ்க... வாழ்க...

இயற்கை உரமிட்டு
இனிதே பயிர் செய்து வாழ்க...
கையூட்டுப் பெறாமல்
பணி முடித்து வாழ்க...
அயலான் முதுகில்
பயணிக்காது வாழ்க...
முடிந்தவரை ஊருக்கு
நல்லது செய்தே வாழ்க...
நல்லது செய்யாவிடில்
தீங்கிழைக்காது வாழ்க...
இருப்பதில் நிறைவு கண்டு
இனிதே மகிழ்ந்து வாழ்க...
செத்துச் செத்தே வாழாமல்
சாதித்தே வாழ்க...
பிறர் உலையிலடிக்காமல்
உழைத்தே வாழ்க...
வல்லவனாக வாழாமல்
நல்லவனாக வாழ்க...

பிறரோடு ஒப்பிடாமல்
ஒப்பற்ற வாழ்வு வாழ்க...
அடுத்தவர் உணர்வுகளை
அறிந்து மதித்தே வாழ்க...
பெற்றோரின் முதிர்காலத்தில்
அவரோடு சேர்ந்தே வாழ்க...
அறவே கோபக்கனலை நீக்கி
அறத்துடன் வாழ்க...
நன்னீரில் சாக்கடையை
கலக்க விடாமல் வாழ்க...
காலை வாரி ஓடாமல்
காலத்தோடு ஓடி வாழ்க...
வாழ்க... வாழ்க...
மனிதனாய் வாழ்க...

5. ஆன்மிகம்

ஆன்மிகம்
ஆண்டவனை வழிபட வைக்கிறது
அன்பைப் பொழிய வைக்கிறது.
இன்சொல் பேசி
இன்முகம் காட்ட அழைக்கிறது
பண்பை விதைக்கிறது
பொறுமையைக் கற்றுத் தருகிறது
பிறர் கண்ணீரைத்
துடைக்கத் தூண்டுகிறது.
பிறர் குறையை
தூக்கிப் பிடிப்பதை தவிர்க்கிறது.
பிறர் துயரில் மகிழ்வாரை கண்டிக்கிறது.
பசித்த வயிறுக்கு
இரக்கம் காட்டச் சொல்லுகிறது.
சகிப்புத் தன்மையை வளர்க்கிறது.
மனிதம் மண்ணில் உலா வர விரும்புகிறது.
தவறிழைப்போரைத்
திருந்தி வாழ அழைக்கிறது.

யாயும் ஞாயும்

வழி தவறியோர்க்கு வழி சொல்கிறது.
நல்லது செய்து
நன்றாய் வாழத் தூண்டுகிறது.
இது தான் ஆன்மிகம்...
ஆனால் இன்றென்ன நிலை?
கேள்வி கேட்கிறது மனம்.

6. சாதீ

தேநீர் குடிக்க
தனிக் குவளை
கொடுக்கிறான்.....
வாங்கும்
பணத்தை மட்டும்
யார் தந்தாலும்
ஒரே கல்லாவில்
போட்டு வைக்கிறான்...

கையில்
சாதிக் கயிறுகள்
வண்டியில்
சாதி அடையாளங்கள்
விபத்தில்
சிக்கினால் மட்டும்
எவன் இரத்தமும்
ஏத்திக் கொள்ளுவான்...

அருகேயிருந்து
உண்ணக்கூடாதாம்
அவன் விளைவித்த
உணவு தானியங்களை மட்டும்
இவன் ஏற்றுக் கொள்ளுவானாம்...
அம்மம்மா சாதீ...
என்று ஒழியும்
இந்த கொடிய சாதீ ???

7. மாற்றம்

சாதி இல்லா சமூகத்தில்
சாதியும் வருணமும்
பாதியில் வந்து உறவாடியதம்மா!

சாதியின் பெயரால்
காலம் காலமாய்
கைகட்டிச் சேவகம் இழிசெயலம்மா!

கடவுள் பெயரால்
மதத்தின் பெயரால்
மூட நம்பிக்கை
மூர்க்கமாய் இன்னும் சதுராடுதம்மா!

பிறப்பில்
உயர்ந்தோர் தாழ்ந்தோர்
பேதம் பார்த்தல்
பித்தர் செய்யும் செயலம்மா!
பூனை குறுக்கானால்

யாயும் ஞாயும்

போச்சுதடா யாத்திரை என்றே
பிதற்றுவது பேதமையம்மா!

தந்தை தொழிலை
தனையனும் செய்தல் வேண்டுமென்பது
காலத்திற்கொவ்வா மூடத்தனமம்மா!

ஏழை மகன் ஏழையாகவும்
பிரபு மகன் பிரபுவாகவும்
மதித்தல் என்பது இழிதகையம்மா!

ஏழைக்கு இரங்காதவன்
ஆலயம் கட்டி தன் பெயரில்
கல்வெட்டும் வைப்பது அறிவீனமம்மா

வாழ்வு
சிலருக்கு வசந்தமாகவும்
பலருக்குக் கோடையாகவும்
அமைவது நியாயமில்லையம்மா!

இந்தச் சமுதாயம்
வாழத் துடிப்பவன் மீது

மறைந்து நின்று
கல்லைத் தூக்கி போடும்.
வாழத் தெரியாதவன் மீது
நீலிக்கண்ணீர் கொட்டும்.
இது தான் உண்மையம்மா!
இதை உணர்ந்து கொள்ளம்மா!

8. வாழ்க்கை

வாழ்க்கை
துன்பப் புயலாலும்
இன்பத் தென்றலாலும்
மாறி மாறி
தழுவப்படுவதே...

துன்ப துயரத்தின்
உச்சத்தில் தான்
மனிதன்
உருவாக்கப்படுகிறான்

9. பகிர்வு

இன்பம் தரும் செயல்கள்
பகிர்ந்திடில்
இன்பம் இரட்டிப்பாகுமே!

வருத்தம் தரும் செயல்கள்
பகிர்ந்திடில்
வருத்தம் பாதியாகுமே!

உறவினன் குறையை
ஊதிப் பெருக்காமல்
உறவைப் பெருக்கி வாழ்வோமே!

உறவைப் போற்றி
பகிர்தலுடன்
மன அழுத்தமின்றி வாழ்வோமே!

தன் குற்றம் மறைக்க
பிறரில் குற்றம்

யாயும் ஞாயும்

காணாமல் வாழ்வோமே!

எவ்வினைக்கும்
எதிர் வினை உண்டென்பதை
மறக்காமல் வாழ்வோமே!

10. கண்ணீர் ஆறு

இந்நாட்டில்
ஆறுகளுக்குப் பஞ்சமில்லை
கங்கை பிரம்மபுத்திரா
காவேரி நர்மதை என
ஆறுகளின் பட்டாளமே
இங்கு உண்டு

பாலாறுகளும் உண்டு
வைகைகளும் உண்டு
பரணிகளும் உண்டு
இவை நம் கண்களுக்கு
விருந்தளிக்கின்றன.
கண்களுக்குப்
புலப்படாத
வேலையில்லாப்
பட்டதாரிகளின்
கண்ணீர் ஆறு
இந்நாட்டை

ஈரப்படுத்தி வருகிறது.
தண்ணீர் ஆறுகள்
நிரம்பி வழிய வேண்டும்;
கண்ணீர் ஆறுகள்
வறண்டு போக வேண்டும்.

11. இப்படி சிலர், அப்படி சிலர்

சிலர்
இல்லாததை
இருப்பதாகக்
காட்டிக் கொள்வர்.
இன்னும் சிலர்
இருப்பதை
இல்லாததாகக்
காட்டிக் கொள்வர்.
என்னே உலகம்?

சிலர்
தான் வசதியாக
வாழ வேண்டும்
என்பதை விட
அடுத்தவன்
வசதியாக
வாழ்ந்து விடக்கூடாது
என்பதில்
குறியாகவேயிருப்பர்.

யாயும் ஞாயும்

சிலர்
கன்றுக்குக் கொடுக்காமல்
அத்தனை பாலையும்
கறக்கும் கறவையாளர்கள்
இன்னும் சிலர்
கன்றுக்கும் கொடுத்து
சுற்றமும் உண்டு வாழ்கின்றனர்

சிலர்
அடைக்கலம் தேடும்
அபலைகளிடம் தங்கள்
அசிங்கத்தை
அரங்கேற்றிக் கொள்கிறவர்கள்,
இன்னும் சிலர்
ஆபத்தில் உதவி செய்தே
எந்நாளும் வாழ்கின்றனர்.

சிலர்
எப்படியும் வாழலாம்
என்றே வாழ்கின்றனர்
ஒரு சிலர்

இப்படித்தான் வாழ்வோம்
என்றே வாழ்கின்றனர்.

35

இப்படித்தான் வாழ்வோம்
என்றே வாழ்கின்றனர்.

12. உற்பத்தியை மட்டும் நிறுத்தமாட்டோம் !

குடி குடியைக்
கெடுக்கும் என்போம்
உற்பத்தியை மட்டும்
நிறுத்தமாட்டோம்

நெகிழி மண் வளத்தைக்
கெடுக்கும் என்போம்
உற்பத்தியை மட்டும்
நிறுத்தமாட்டோம்

மரபணு மாற்றப்பட்ட காய்கறிகள்
ஆயுளைக் குறைக்கும் என்போம்
உற்பத்தியை மட்டும்
நிறுத்தமாட்டோம்

விதையில்லாப் பழங்களை
உண்பது தீதென்போம்
உற்பத்தியை மட்டும்

நிறுத்தமாட்டோம்

துரித உணவுக்கடைகள்
மனிதக் குடல்களை
நாசம் செய்யும் பீரங்கிகள் என்போம்
வாங்கிச் சாப்பிடுவதை மட்டும்
நிறுத்தமாட்டோம்

தக்காளி
ஏழைகளின் ஆப்பிள்
என்றோம் அன்று
எறிந்தாலும் உடையாத பந்து இன்று
மரபணு மாற்றம் தந்த பரிசுகளாக
புதுப்புது நோய்கள்
ஆனால்
உற்பத்தியை மட்டும்
நிறுத்தமாட்டோம்
ஆம்...
உற்பத்தியை மட்டும்
நிறுத்தமாட்டோம்.

13. நெகிழிகள்

எனது தேசத்தில்
கால் படும் இடமெல்லாம்
நெகிழிப் பைகள்...
அரசோ தடை செய்து
கடமையை முடித்துக்கொண்டது.
ஆம், கடமையை முடித்துக்கொண்டது.

மளிகைக்கடை வியாபாரிகள்
விற்கும் பொருட்கள்
நெகிழிகளில் அடைக்கப்படுகின்றன.
காய்கறி வியாபாரிகள்
வாடிக்கையாளர்களைக் கவர
நெகிழிகளைப் பயன்படுத்தி
வியாபாரம் செய்து மகிழ்கின்றனர்.
அசைவப் பிரியர்கள்
மீன், இறைச்சி வாங்கிச் செல்ல
நெகிழிப் பைகள் காத்துக் கிடக்கின்றன.

குளம்பியும் தேநீரும் கூட

நெகிழிப் பைகளில்
அடைக்கப்படுவது
கொடுமையிலும் கொடுமை.
நெகிழியின் துணையின்றி
சாப்பாடு பொதிகள் இல்லை
என்றாகிவிட்டது.
வாழையிலையை
வாழ இலையாகக் கொண்டே
வாழ்ந்தோம் அன்று
நெகிழிகளோடு வாழ்கிறோம் இன்று
உணவக உரிமையாளருக்கோ
வியாபாரமே பெரிது...
ஆம், வியாபாரமே பெரிது.

ஒரு நேரப் பயன்பாடு முடிந்து
வீதியுலா வருகின்ற நெகிழிகள்
பசிப்பிணியோடு போராடும்
தெருவோர ஆடு, மாடுகளுக்கோ
அரும்பண்டங்கள்...
பிற்றை நாளில் குடல் பாதிப்பால்
இறந்து படும் அவலம்...

ஆடு, மாடுகளின் பிடியிலிருந்து
தப்பும் நெகிழிகள்
மழை நீரை, சாக்கடை நீரை
அதன் போக்கில் விடாது
தடுத்து நிறுத்தி
சண்டை போடுகின்றன.
நெகிழியால்
மண் மலடாகிறது;
உணவு விஷமாகிறது.
என் தேசத்து மனிதன்
எக்கவலையுமின்றி
நெகிழிகளோடு
வாழ்க்கை நடத்துகிறான்...
எனது தேசத்தில்
கால் படும் இடமெல்லாம்
நெகிழிப் பைகள்...

14. துன்பங்கள் நிரந்தரம் அல்ல

மேடு பள்ளங்களை
உள்ளடக்கியது உலகம்
இன்ப துன்பங்களைக்
கொண்டது உலக வாழ்வு
பழுக்கக் காய்ச்சிய பிறகு தான்
இரும்பு அதன்
பயன்பாட்டுக்கு வருகிறது;
பொன்னும் அப்படியே.

துன்பப்படுபவன் பாக்கியவான்;
அவன் ஆறுதலைக்
கண்டடைவான் என்றே
இயேசுவும் அன்றே சொன்னார்.
வேதனையின் உச்சத்தில்
வருவது கண்ணீர்
அதனைத் துடைக்க
கைவிரல்கள்
ஓடிச் செல்கின்றன அன்றோ!

ஆபிரகாம் லிங்கன்
தோல்வி மேல் தோல்வியை
ஆட்கொண்டபோதெல்லாம்
கலங்காமல்
துணிவோடு செயலாற்றி
வெற்றிக்கனியை சுவைத்தது
வரலாறு கண்ட உண்மை.

யோபு வேதனை மேல்
வேதனையை அனுபவித்தாலும்
முன்னிலும் அதிகமாக
நன்மை பெற்றது
விவிலியம் தரும் பாடம்...

கண்ணீரோடு விதைக்கிறவன்
கம்பீரத்தோடே அறுவடை
காண்பான் என்பது
வாழ்வின் உண்மை.
குளிர் காலம் என்று ஒன்று
உண்டென்றால்
வசந்த காலம் என்று ஒன்று
வராமல் போய்விடுமா?

ஷெல்லியின் இந்த வைர வரிகளை
மறக்க முடியுமா!

43

உடலுக்கு நல்ல உணவு
உள்ளத்திற்கு நல்ல எண்ணம்
இவை தான் தேவை...
துன்பங்கள் நிரந்தரம் அல்ல.

15. விழிப்பது எந்நாள் ?

கல்வி சென்றடைந்தால்
கேள்வி கேட்கத் தொடங்கி
எதிர் வினையாற்றுவர்
இதையுணர்ந்தவர்கள்
மதத்தீயை மனத்தில்
பதியமிட்டனரே...

இதன் விளைவாய்
ஆலயங்களும்
வான்தொடும் சிலைகளும்
அதிகமாகிவிட்டன
அறிவியலுக்கு மதமில்லை
மதம் பிடித்தவனில் மனிதமில்லை
தேவைகளோ புறக்கணிக்கப்பட்டன.
இன்றென்ன ஆயிற்று?
மருத்துவமனைகளோ
மிகக்குறைவு
இருப்பவற்றிலோ
படுக்கைகள் பற்றாக்குறை

அங்கும்
ஆக்சிஜன் சிலிண்டர்
பற்றாக்குறை
மக்கள் உயிர் காக்கும்
மருந்துகளும் பற்றாக்குறை
மூச்சுத் திணறல்
அழுகை ஓலம்
பிணக்குவியல்
சேர்த்து வைத்தே
எரியூட்டப்படும் அவலம்...

கல்வியிலும்
மருத்துவத்திலும்
முன்னேற்றம் இல்லாத நாடு
வளர்ச்சியை ருசிக்காது...
இதை உணராதவர்கள்
பெருந்தொற்று காலத்தில்
மணியடித்தார்கள்
பூ தூவினார்கள்
அறிவியலை
கேள்விக்குறி ஆக்கினார்கள்
விழிப்பது எந்நாள்?

16. உத்தமர் தம் உறவு வேண்டும்

தீயவை
தீய பயத்தலால்
தீயவை தீயினும் அஞ்சப்படும்
இது வள்ளுவரின் போதனை.

நம் அறிவு
நம் மனத்தைச் சார்ந்தே
இருப்பது போல் காணப்படும் - ஆனால்
நம் நட்பு வட்டத்தைப் பொறுத்து
நம் அறிவு மாறிப் போகும்
என்பதும் உண்மை.

இராமனுக்கு நாளை முடிசூட்டுவிழா
இது கைகேயிக்கு கூனி சொன்ன சேதி.
கைகேயியோ என் மகனுக்கு
முடிசூட்டு விழாவா?
இதோ இந்த முத்து மாலையை
அன்பு பரிசாகத் தருகிறேன்
என்று தான் சொன்னாள்.

ஒரே இரவில்
மந்தரை என்ற தோழியின்
தீய போதனையால்
கைகேயி திசைமாறித் தடுமாறியது
இராமாயணம் நமக்குத் தரும் பாடம்.

சிறந்த சூழலில் எப்போதும் இருத்தல்
ஆக்கப்பூர்வமான சிந்தனைகளை
அசை போடுதல்
நல்ல நூல்களைப் படித்தல் - இவை
வாழ்வாங்கு வாழ வழிகாட்டும்.

வாழ்நிலையை தீர்மானிப்பது
சூழ்நிலையே என்பது உண்மை
விதை நன்றாக இருப்பினும்
ஊன்றிய நிலம் பாழ்நிலமாக இருந்தால்
விதை செடியாகி மரமாகி
பலன் தருவது சாத்தியமன்று.
களியாட்டுகள், சல்லாபக் காட்சிகள்
வன்முறை வெறியாட்டங்கள் - இவற்றை
விழிகளுக்கு விருந்தாக்கி
பாலுணர்ச்சிப் பாடல்களுக்கு

யாயும் ஞாயும்

காதுகளைக் கூர்மையாக்கினால் - அவையே
நம்மை ஆட்சி செய்யத் தொடங்குமே.

எது நம்மோடு உறவாடுகிறதோ
அதுவாகவே நாமும் மாறி விடுவோமே.
அதனால் தான்
பெரியாரைத் துணைக்கோடல் என்றே
சான்றோர் பலரும் கூறினர்.

பூவோடு சேர்ந்த நாரும் மணம் பெறும்
பன்றியோடு சேர்ந்த கன்றும் அசுத்தம் தின்னும்
நட்பின் தன்மை விளக்கும் பழமொழிகள் இவை.
பொதுத்தேர்வில்
நல்ல மதிப்பெண் எடுத்தவன்
தெருவில் துப்பாக்கி ஏந்தி
வருவோர் போவோரை துரத்துகிறான்
கல்லூரி வளாகத்தில் பேராசிரியர் கொலை
பள்ளி வளாகத்தில் பள்ளியாசிரியை கொலை
ஆறாம் வகுப்பு மாணவி
பத்தாம் வகுப்பு மாணவனால் கொலை
இவை செய்திகள் மட்டுமல்ல, நிஜங்கள்...

பறம்பு கே. ரவி

அன்பு அறம் அறிவு சொல்லும்
கல்விக்கூடங்கள்
கொலைக்கூடங்களாகின்றன.
கூடா நட்பும் தொ(ல்)லைக்காட்சிகளும்
மக்களை மாக்களாக்குகின்றன.
அதனால் தான்
சீரிய சான்றோர் நட்பு வேண்டும்
உத்தமர் தம் உறவு வேண்டும்.

17. தழைக்குமா மனிதநேயம்?

தழைக்குமா மனிதநேயம்?
பேசுவோர் செயலிலும்
மாற்றமில்லை
கேட்போர் செயலிலும்
மாற்றமில்லை.
மனிதனில்
மனிதம் மலர்வது எப்போது?
அழுக்காறு, இன்னாச்சொல்
இவை விடுப்பது எப்போது?
இலஞ்சம் தவிர்த்து
தலை நிமிர்வது எப்போது?
மனிதன் மாற வேண்டும்
மனித நேயம் தழைக்க வேண்டும்.

தலைக்கவசம் அணியாமல்
தன் வாகனத்தில்
பயணிப்பது உலக மகாக் குற்றமாம்
அதனால்
அடிப்பர், உதைப்பர்;
ஏன் கொலையும் செய்வர்.

இவர்கள் நம் காவலர்கள்.....
காவல் நிலையம் சென்று
களைந்திடலாம்
தங்கள் குறைகளை என்றே
புகார் கொடுக்கச் செல்லும்
எளியோரை வதைப்பதில்
கரிசனம் காட்டும் காவலர்கள்....

தன் வீட்டு நாயொன்று
சாலையில் தாறுமாறாக ஓட
உரிமையாளர் பின்னால் துரத்த
சாலையில் வந்த
இருசக்கர வாகனம் நாய் மீது மோத
கீழே விழுந்த வாகன ஓட்டி
கடுமையான காயங்களுடன்
வலி பொறுக்காது
ஓலமிடும் போது கூட
நாயைப் பிடிப்பதில்
ஆர்வம் காட்டும்
நாயாபிமானிகள் வாழும் தேசமிது.

தன் உழைப்பால்

யாயும் ஞாயும்

சேமித்த பணத்தை
தன் வங்கிக் கணக்கில்
செலுத்திட
கல்லார் ஒருவர்
வங்கிக்குச் சென்றால்
இப்படியா அடுக்குவது என்றே
எரிந்து விழும் வங்கியாட்கள்.....

மாறுதல் சான்றிதழ் கேட்டுத்
தந்தையுடன் வரும் தனையனைத்
தனக்கு அவசரப்பணி எனத்
தன் நிலை மட்டும் பேசி
விரட்டியடிக்கும் தலைமையாசிரியர்கள்....

பல வாகனங்கள்
வீட்டிலிருந்தும்
நெஞ்சுவலியால் துடித்த
தன் ஓட்டுநருக்கு
மருத்துவமனை செல்ல
வாகனம் கொடுத்துதவாத
அக்கரையற்ற அமைச்சர்கள்....

சான்றிதழ்கள் பெறுவதற்காகப்
பல மைல் கடந்து வருவோரைக்
கால் வலிக்க காக்க வைத்து
செல்போன் பேச்சில்
அரட்டையடித்து
அற்புதக் கடமையாற்றும்
அரசு ஊழியர்கள்...

பேருந்து நிறுத்தத்தில்
பேருந்து காலியாகச்
சென்றாலும்
நிறுத்தாமல் செல்வதைக்
கவுரவமாகக் கருதும் ஓட்டுநர்கள்...

ஆண்டாய்வுக்குச் சென்றால்
தனக்கு மட்டுமல்ல
தன் குடும்பம் முழுமைக்கும்,
சொகுசு உணவகச் சாப்பாடு
கேட்டுப் பெறும்
ஆய்வு அலுவலர்கள்...

தன்னோடு பணி செய்வது

யாயும் ஞாயும்

பெண்ணென்றால்
இளக்காரமாக நினைத்து
தங்கள் வக்கிர புத்தியைத்
தயவின்றி காண்பிக்கும்
தரமற்ற இம்சையரசர்கள்...

உரிய தகுதியிருந்தாலும்
உரிமையுடன்
உயர் கல்வி பயிலத்
தேவையில்லாத
நன்கொடை கேட்டு
கல்லூரிச் சேர்க்கையை மறுக்கும்
கல்வி வள்ளல்கள்...

தன் வீட்டருகில்
சாலையில்
பள்ளம் குண்டு குழி ஏற்பட்டால்
கற்களைப் போட்டு
சமன் செய்ய மனமில்லாமல்
வாகனங்களில் செல்வோர்
விழுவதை இரசிக்கும் கனவான்கள்...

தேர்வுகளின் காலமாம்
மார்ச் ஏப்ரல் மே
மாதங்களில்
ஊர்தோறும் திருவிழாக்கள்
ஒலிப்பெருக்கிகளின் ஒப்பாரிகள்
தடுக்க மனமற்ற மதாபிமானிகள்...
தழைக்குமா மனித நேயம்?
மனிதன் மாற வேண்டும்.

18. மூட நம்பிக்கையை முடமாக்குவோம்

நம்பிக்கை என்பது
வளமான வாழ்வுக்குத்
தேவையான ஒன்று தான்.
அதற்காக
மூடத்தனமான நம்பிக்கைகளை
மூட்டைக் கட்டாமல் இருப்பது
எவ்விதத்தில் நியாயம்?
எங்கள் நம்பிக்கையில்
கேள்வி கேட்பதா -
இது ஆண்டவனுக்கு
அடுக்காத செயல்...
இப்படிச் சிலர்
கொக்கரிக்கின்றனர்.
கேள்விகள் கேட்கப்பட்டதாலே
மூட நம்பிக்கைகள் பல
மூலையில் முடங்கிக்
கிடக்கின்றன
என்பது தானே உண்மை.

கணவன் இறந்தால்
ஏதும் அறியா மனைவியைக்
கணவன் உடல் எரியும்
கட்டையில் உயிருடன் எரித்த
சதி இந்நாட்டில்
சதிராட்டம் போட்டதே!
இந்த நம்பிக்கை
இப்போது என்னவானது?

குழந்தையாக இருக்கும்போதே
திருமணம் செய்து வைக்கும்
குழந்தைத் திருமண முறை
குறிப்பிட்ட சிலரின்
நம்பிக்கையால் ஏற்பட்டது தானே!
இந்த நம்பிக்கை
இப்போது என்னவானது?

பார்ப்பனர் அல்லாதோர்
படித்தல் பாவம்...
மந்திரம் ஓதுதல் கூடாத காரியம்.
இப்படி ஒரு நம்பிக்கை
பாடாய்ப்படுத்தி வந்ததே!

இந்த நம்பிக்கை
இப்போது என்னவானது?

வர்ணாசிரமச் சாதி
ஏற்றத்தாழ்வுகள்
வரிந்து கட்டிப் பலரையும்
இழித்துப் பேசியதே...
இந்த நம்பிக்கை
இப்போது என்னவானது?

பெண்களில் ஒரு பிரிவினரைப்
பொட்டுகட்டி
ஆலயங்களில்
தேவதாசிகளாக்கப்பட்டனரே...
இந்த நம்பிக்கை
இப்போது என்னவானது?

சூத்திரர் என்றே பலரைச்
சூதுமதி கொண்டோர்
ஒதுக்கி வைத்தனரே...
சூத்திரர் வீட்டுப் பெண்கள்
மேலாடை அணிய

மறுக்கப்பட்டனரே...
இந்த நம்பிக்கை
இப்போது என்னவானது?

ஒரே மதம் என்றே
பிதற்றித் திரிபவர்கள்
தங்களில் சிலரைத்
தீண்டத்தகாதவர்களாய்த்
தீதாய்ப் பார்த்தனரே...
ஆலயத்தில் கருவறைகளில்
சென்று வழிபடுதல்
தகாத செயல் என்று
புறம் தள்ளி வைத்தனரே
இந்த நம்பிக்கை
இப்போது என்னவானது?

வீடும் வீடு சார்ந்த
இடங்கள்தான்
பெண் நடமாட வேண்டிய
இடங்கள்...
பெண்கள் கல்வி கற்பது
கனவிலும் கூடாது...

கூடவே கூடாது...
பொது நிகழ்வுகளில்
பெண்கள் பங்கேற்பது
கட்டாயம் தடை
செய்யப்பட வேண்டும்...
இந்த நம்பிக்கைகள்
இப்போது என்னவானது?

ராகு, கேது - இவை
சூரியனை விழுங்குவதால்
கிரகணங்கள்
நடைபெறுகின்றன என்றே
புராணக் கதைகள் புலம்பின.
இந்த நம்பிக்கை
இப்போது என்னவானது?

தமிழ் நீச பாஷையாம்...
சமஸ்கிருதம்
இறைவன் மொழியாம்...
இறைத் தொழுகை
சமஸ்கிருதத்தில் தான்
செய்யப்படல் வேண்டும்...

இந்த நம்பிக்கை
இப்போது என்னவானது?

கேள்விகள்
கேட்கப்பட்டதாலே
மூட நம்பிக்கைகள் பல
மூலையில் முடங்கிக்
கிடக்கின்றன.
கேள்வி கேட்போம்...
ஒவ்வொருவரும்
கேள்வி கேட்போம்...
கேள்விகளே
விடைகளுக்கு மூலம்
என்பதை உணர்வோம்
மூட நம்பிக்கைகளை
முடமாக்குவோம்.

19. தேவை இன்னும் பல பெரியார்கள்!

அவர்கள் படித்தவர்கள்
அதிலும்
மெத்தப் படித்தவர்கள்
தந்தை வேதியியலில்
முனைவர் பட்டம் பெற்றவர்
ஒரு கல்லூரியில்
துணை முதல்வர்
தாயார் படிக்கும் போதே
திறமைக்காக
தங்கப்பதக்கம் பெற்றவர்,
ஒரு பள்ளியை நிர்வகிக்கும்
தாளாளர் பொறுப்பு வகிப்பவர்.
அதிகம் படித்த
இந்த தம்பதியருக்கோ
இருபத்தி ஏழு, இருபத்தி மூன்று
வயதுகளில் இரு அழகான
பெண் பிள்ளைகள்...
அந்த தம்பதியருக்கு
ஆன்மிகத்திலோ
அதிக நாட்டமாம்,

நள்ளிரவில் அடிக்கடி
பூஜைகள் பல நடக்குமாம்.
மந்திரவாதி ஒருவர்
இரு பிள்ளைகளையும்
நிர்வாண நிலையில்
நரபலி கொடுத்தால்
வீட்டில் அதிசயங்கள் நடக்கும்
என்றே ஆசையூட்டினார்.
அறிவாளி (?) தம்பதியர்
நள்ளிரவில் பூஜைக்கு
பிள்ளைகளை அழைக்க
தந்தை தாய் பாசத்துக்கு
கட்டுப்பட்டு பழக்கப்பட்ட
பிள்ளைகள் முதலில் மறுத்து
பின் வற்புறுத்தலுக்கு
பணிந்து நிர்வாண நிலையில்
கண்களை மூடி
பூஜையில் ஈடுபட்ட போது
தந்தையும் தாயும்
அற்புதம் நடக்கும் என்ற
நம்பிக்கையுடன்
உடற்பயிற்சிக்கு பயன்படுத்தும்

தம்புள்ஸ் மூலம்
பின் தலையில்
இருவரையும்
கடுமையாகத் தாக்கி
கொலை செய்துள்ளனர்.
அவர்கள் இருவரும்
சாகும் முன்
வலி தாங்காமல்
அலறிய சத்தத்தால்
அண்டை வீட்டார்
வீட்டை முற்றுகையிட்டு
காவல்துறைக்கு
தகவல் கொடுக்க
தம்பதியர்
தற்போது கம்பிகளை
எண்ணுகின்றனர்.
படித்த அறிவு
அனுபவ அறிவு
சிந்தனை அறிவு
இப்படி எந்த அறிவும்
அவர்களுக்கு
உதவி செய்யவில்லை.

தேவை இன்னும்
பல பெரியார்கள்!

65

20. மனிதம் எங்கே?

சிவ சிவ என்றே
கன்னத்தில் கை வைப்பர் -
தந்தை மகன் தூய ஆவி என்றே
சிலுவையும் வரைவர் -
எல்லாப் புகழும் இறைவனுக்கே என்றே
அவன் புகழும் பாடுவர் -

இவரெல்லாம்
உள்ளும் புறமும்
இரண்டாய் கொண்டே வாழ்கின்றார்.

ஆலயம் சென்று
ஆண்டவனை வழிபட்ட
நொடிப்பொழுதிலேயே
பொய் பேசியே திரிகின்றார்.

ஆலய திருப்பீடத்தின் முன்
தன்னைத் தாழ்த்தி
விழுந்தே கிடக்கின்றார்.
வெளியே வந்தால்

கேட்ட வார்த்தைகளாம்
கெட்ட வார்த்தைகளை
கொட்டியே வாழ்கின்றார்.

நெற்றியிலோ திருநீறு
கழுத்திலோ சிலுவை
தலையிலோ குல்லா
கையிலோ வண்ண வண்ண
நூல் கட்டுகள் - இவை
வெளியுலகை ஏமாற்றும்
அடையாளங்கள்...
இவரெல்லாம்
ஆழ்மனதிலோ
இலஞ்சப் பேயைக்
குடியமர்த்தி
வழிபாடே நடத்துகின்றார்.
தான் பெற்ற
இலஞ்சப் பணத்தில்
தன் கடவுளுக்கும்
பாவி மனிதன்
பங்கு கொடுக்கின்றான்.

யாயும் ஞாயும்

கடை நடத்துகின்றான்

வியாபாரம் செய்கின்றான்

கல்லாப் பெட்டி அருகில்

கடவுள் படமிருக்கும்

ஊதுபத்தியும் எரியும்

அவன் விற்பதோ

கலப்படப் பொருட்கள்.

அடிப்பதோ

கொள்ளை - பெரும் கொள்ளை.

ஆண்டவனும் பார்த்துக் கொண்டே

அன்றே தண்டனை வழங்காது

காத்திருக்கிறார்.

வெளியில் கிளம்பும் முன்

கடவுள் படம் முன் சென்று

முழங்கால்படியிட்டு

மண்டியிடுகின்றான்

மன்றாடுகின்றான்.

வெளியில் வந்தவுடன்

தான் வாழ பிறர் தலையில்

கல்லைப் போடுவதில்

கவனமாய் இருக்கின்றான்.

கழுத்திலோ
உத்திராட்ச மாலை
செபமாலை இன்னபிற
அணிந்தே திரிகின்றார்
பிறர் பொருளில்
நாட்டம் கொண்டே வாழ்கின்றார்.

விபத்தைப் பார்த்தால்
உதவ மனமின்றி
செல்பி எடுத்தே மகிழ்கின்றார்.
படிப்பது
பைபிள் கீதை குரான்
இடை பேணுவது
வன்மம், குரோதம்,
காமம், பொறாமை...
மனிதா நீயே சொல்...
மனிதம் எங்கே?

21. பெண்ணே! உன் தோழிக்குப் புத்தி புகட்டமாட்டாயோ?

பெண்ணே
உன்னைப்
போகப்பொருளாகக் காட்ட
ஆண் மட்டுமல்ல
உன் சகத்தோழியும் கூட
கங்கணம் கட்டிச் செயல்படுவது
உனக்குத் தெரியாதா?
சினிமாக்களில்
மீடியாக்களில்
உனக்கு மட்டும்
அரைகுறை ஆடைகள்;
ஆணுக்கோ
ஆடம்பரக் கோட்டும் சூட்டும்.
உன்னை
அங்கம் அங்கமாகக் காட்டுவதில்
அவர்களுக்கு
அப்படியென்ன வக்கிர புத்தி?
நீ கேள்வி எழுப்பமாட்டாயா?

பெண்ணே!
உன் ஒரு தோழி
பணமின்றி
ஆடையின்றி தவிக்கிறாள்.
இன்னொரு தோழியோ
பணத்திற்காக
ஆடையின்றி நடிக்கிறாள்.
இக்கொடுமைக்கெதிராய்
நீ கேள்வி எழுப்பமாட்டாயா?

பெண்ணே!
நீயோ
உன் குழந்தைக்குத்
தாய்ப்பால் ஊட்டுகிறாய்
உன் குழந்தை
திடகாத்திரமாய்
நாளைய உலகில் வாழ
நோய் எதிர்ப்பு சக்தியைத்
தெரிந்தே ஊட்டுகிறாய்.
ஆனால்
உன் சகத் தோழியோ
இளமை குறையக்கூடும் என்னும்

மூட நம்பிக்கையால்
பவுடர் பால் ஊட்டுகிறாள்.
தன் குழந்தை
சோமாலியா நாட்டுக் குழந்தை போல
நாளைய உலகில் வாழ
இன்று பயிற்சி பெறுகிறது.

பெண்ணே!
உன் குடும்பம் வாழ
அடுப்படி வேலைகள்
அடுக்கடுக்காய் செய்கிறாய்
ஆனால் உன் சகத்தோழியோ
வேலை செய்வதைத் தவிர்த்து
துரித உணவகத்தைத்
துரிதமாய் நாட கணவனைத்
துரிதப்படுத்துகிறாள்.
தேவையற்ற நோய்களைத்
தனக்கும்
தன் குடும்பத்துக்கும்
பரிசாய்த் தந்து மகிழ்கிறாள்.

பெண்ணே!

ஆணுக்கு நிகராய்
எல்லாத் துறைகளிலும்
தடம் பதித்துவிட்டாய்.
ஆனால்...
நியாயமானவற்றைச் செய்ய
உன் தோழியைத் தூண்டமாட்டாயா?
உன் தோழிக்குப் புத்தி புகட்டமாட்டாயோ?

22. ஆசிரியனே, நீயும் தயாராகு

எப்பணி செய்வோருக்கும்
என்றோ கற்றுக் கொடுத்த
ஆசிரியன் தான்
தூண்டுகோல்.
குரு இல்லா வித்தை
குருட்டு வித்தை
என்றே
அன்றே கூறினர்.

ஆசிரியப் பணி
அறப் பணி...
அதற்கு உன்னை அர்ப்பணி
அண்ணாவும்
இப்படிச் சொன்னார்.
அர்ப்பணித்த
ஆசிரியன்
தன் நிலை கண்டு
இன்று புலம்புகிறான்;
கலங்குகிறான்.
பிரம்பைத் தொடாத

தகப்பன்
தன் பிள்ளையைப்
பகைக்கிறான் என்றே
விவிலியமும்
எடுத்தியம்புகிறது.

நெற்றிக்கண்ணைத்
திறக்காமல்
வாய் திறந்து
செல்லமாக
கடிந்து கொண்டாலும்
படி என்றாலும்
குற்றம் என்றே
நினைக்கிறான்
இன்றைய மாணவன்.
படித்துவிட்டு வா...
இந்தக் கட்டளை தான்
இன்றைய மாணவனுக்கு
வேப்பங்காய்.
அக்காலத்திலும்
ஆசிரியனுக்கு
மாணவன் பட்டப்பெயர்

சூட்டுவதுண்டு.
ஆனால்
ஒருமை விளிப்பு
இருக்காது.
இக்காலத்திலோ
அன்பாக அரவணைத்து
அனைத்தும்
கற்றுக் கொடுத்தாலும்
பெயர் சொல்லி
அவன் அவள் என்றே
ஒருமையில்
ஒளித்துக்கூட அல்ல
நேரடியாகவேப் பேசும்
அவலம் கண்டு
அங்கலாய்க்கிறான்
ஆசிரியன்.

அக்காலத்தில்
திட்டும் குட்டும்
வாங்கிய மாணவர்கள் தான்
இன்றைய
பல்துறை வல்லுநர்கள்.

இக்காலத்தில்
திட்டவும் குட்டவும்
உரிமையற்று
கையறு நிலையில்
தவிக்கிறான்
இன்றைய ஆசிரியன்.

எல்லா மாணவனுக்கும்
அறிவுக்கூர்மை
ஒருபோல் இருக்காது.
இது தெரிந்த
அதிகாரியோ
எல்லா மாணவர்களும்
அதிக மதிப்பெண் அள்ளத்தான்
வேண்டுமென்கிறார்.
மாணவனிடம்
மதிப்பெண்ணை
அள்ளிக்கொட்ட
ஆசிரியன் கையில்
அட்சய
மதிப்பெண் பாத்திரம்
ஒன்றும் இல்லையே?

வாழ்நாள் முழுவதும்
சாக்பீஸ் துகள்களைச்
சுவாசித்து
அதன் பரிசாக ஆஸ்துமாவால்
ஆசிரியன் அவதிப்படும்
அவலநிலை,
அந்தோ பரிதாபம்.

ஒவ்வொரு நாளும்
பள்ளிக்கூடம் செல்லும்போதே
ஒவ்வொரு பொழுதும்
இனிதாக அமைய
இறைவனை வேண்டியபடி
வகுப்பறையில் நுழையும்
ஆசிரியன்
பிரசர், சுகர் என்றே
விலையுயர்ந்த
பரிசுப்பொருட்களைத்
தினமும்
சுமந்து திரும்புகிறான்.

வாங்குகிற ஊதியத்தின்

பெரும்பகுதியை
மருந்து மாத்திரைக்காய்
ஆஸ்பத்திரி அண்ணாச்சிகள்
பறித்துவிடும் பரிதாபமும்
ஆசிரியன் வாழ்வில்
இனிதே அரங்கேற்றம்.
கால மாற்றம் தான்
மாணவனின் மாற்றம்.
ஆசிரியனே,
அன்பு எனும் ஆயுதத்தை
கையிலேந்தி
நீயும் தயாராகு...

23. புலம் பெயர்ந்த மக்கள்

இவர்கள் ஏழைகள்...
அல்ல, அல்ல
ஏழைகளாக்கப்பட்டவர்கள்.

இவர்கள் கல்வியின்
அருமை குறித்த
விழிப்புணர்வு அற்றவர்கள்
கட்டாயக் கல்வி
அனைவருக்கும் கல்வி
இப்படி திட்டங்கள்
இந்நாட்டில் உண்டு...
ஆனால்
திட்டங்களின் பலனை
அனுபவிக்காதவர்கள் இவர்கள்...

வாழ்ந்த இடத்திலோ
பிழைப்பு கிட்டவில்லை
கால் வயிற்றைக் கூட
கஞ்சியால் நிரப்ப முடியாத அவலம்

தமிழ்நாடும் கேரளமும்
கருநாடகமும் வந்தாரை
வாழ வைக்கும் என்பதை
அறிந்து கொண்டு
தென்னகம் நோக்கி
வேலை தேடி
படையெடுத்தனர்.
நூறு இருநூறு பேர் அல்ல
பல இலட்சம் பேர்
புலம் பெயர்ந்தார்கள்...

தெரிந்த தொழிலையும்
செய்தார்கள்;
தெரியாத தொழிலையும்
பழகிக்கொண்டார்கள்...
தேவைகளின் பொருட்டு
ஆண்டில் ஒருமுறையோ
இருமுறையோ
பிறந்த மண்ணை
தரிசிக்க மறக்கவில்லை...

கொரோனா புயல்

புலம் பெயர்ந்த மக்களை
புரட்டியெடுத்தது...
ஊரடங்கும்
வேலையிழப்பும்
வாழ்வை முடக்கியது...
முடக்கம் நீண்டது,
பசி வாட்டியது...
சொந்த மண்ணுக்குத்
திரும்பும் மனநிலை...
பேருந்து, இரயில்
போக்குவரத்தும் இல்லை.
உதவ வேண்டிய
அரசோ பாராமுகம்...
இவர்கள் நடக்கத்
தொடங்கினார்கள்...
பயணத் தொலைவோ
பல நூறு மைல்கள்
நடந்தார்கள், நடந்தார்கள்
வாரக்கணக்கில்
நடந்தார்கள்...
விழிகளில் கண்ணீர்
வழிகளில் தடைகள்

கால்களில் கொப்புளங்கள்
தலைகளில் உடைமைகள்
தோள்களில் குழந்தைகள்
இவர்களில் பலர்
வழிகளில் இறந்த கொடுமை
அய்யகோ... பரிதாபம்

இவர்கள் ஏழைகள்...
அல்ல, அல்ல
ஏழைகளாக்கப்பட்டவர்கள்.

24. சுதந்திர இந்தியா

அன்று இந்தியா
அந்நிய தேசத்தின் அடிமை
அதனால் கட்டப்பொம்மன்கள்,
ஜான்சி ராணிகள்
மருதுகள், திலகர்கள், லஜபதி ராய்கள்
காந்திகள், பட்டேல்கள், ஜவஹர்கள்
நேதாஜிகள், காமராசர்கள்
இப்படிப் பலரையும் நாடு கண்டது.
இவர்கள் சுதந்திர விதைகள்
விதைத்தார்கள்
கண்ணீரும் செந்நீரும் ஊற்றி
வளர்த்தார்கள்.
தன்னலம் துறந்தார்கள்
வரிகொடா இயக்கமும்
ஒத்துழையாமைக் கொள்கையும் அறிவித்து
அந்நிய நாட்டுப் பண்டம்
பொருட்களைத் தவிர்த்தார்கள்.
அகிம்சா முறையில் போராடி
இந்த தேசம்
விடுதலையைக் காணச் செய்தார்கள்

விடுதலை பெற்றோம்
வளர்ச்சிகள் பல கண்டோம்
அணைகள் கட்டினோம்
இணைப்புப் பாலங்கள்
போக்குவரத்து வசதிகள்
வானுயர் கோபுரங்கள் என பல கண்டோம்.
இப்படியாக வளர்ந்து வருகிறோம்.
ஆனால் இந்தியா என்னும் நாணயத்தின்
மறுபக்கத்தை திரும்பிப் பார்த்தால்
இதயம் கசிகிறது,
கண்ணீர் வழிகிறது.

அரசியல் சாக்கடையை
சுத்தப்படுத்துவேன் எனப் பிரகடனம் செய்தவன்
கமிசன் வாங்கியே காலம் தள்ளுகிறான்

நீதி சொல்லும் நீதியரசர்கள்
கோடிகள் பெற்றே ஜாமீன் கூட வழங்கும்
கொடிய செயலில் இறங்கும் அவலம்...

சாலை, பாலம், மாளிகை என்றே
நாட்டை அழகுப்படுத்தும் பொறுப்புள்ள

யாயும் ஞாயும்

பொறியாளனோ தரமற்ற பணி செய்தே
தன் வசதியைப் பெருக்கும் கொடுமை...

இரக்கமின்றி ஏழையென்று கூடப் பாராது
இறந்த பின்னரும்
செயற்கைச் சுவாசம் கொடுத்து
தன் வாழ்வின் இலட்சியமே இன்னா செய்து
பணம் பறிப்பது என்றே
மனிதாபிமானமின்றி வாழும் மருத்துவர்கள்

பொறுப்பின் பெயரோ சமூக நல அலுவலர்கள்
செயல்பாட்டால் தன்னல அலுவலர்கள்
இவர் ஏழைப் பெண்கள் திருமண நிதியில் கூட
குறிப்பிட்ட தொகையை
வெட்டியே வழங்கும் உத்தம புத்திரர்கள்...

இல்லாதோர் பிள்ளைகளுக்கு
இருபத்தைந்து சதம் இடங்களை
எந்தவித கட்டணமுமின்றி அளித்திட
கட்டாயக் கல்வி உரிமைச் சட்டம்
என்னதான் இடித்துச் சொன்னாலும்
அதனைக் காலால் மிதிக்கும்

கல்வி வள்ளல்கள்...

விதிகளுக்குப் புறம்பாக
ஏரிகளை அழித்து
பள்ளி, கல்லூரிகளை நடத்த
இலட்சங்களை பெற்று
அனுமதி கொடுக்கும்
அநியாய அதிகாரிகள்...

ஆண்டுகள் பல ஓடிய வாகனங்களை
ஆய்வு செய்யாமலேயே தகுதியற்றவர்கள்
தகுதிச் சான்றிதழ் வழங்கும் அக்கிரமம்...

தன் உடல் நலிவுக்கு
மருத்துவ விடுப்பு எடுக்க வேண்டிய
அரசு ஊழியன்
தன் பிள்ளையின் படிப்புக்காக
மருத்துவ விடுப்பு எடுத்து வேலை செய்யாது
ஏழையின் வரிப்பணத்தை ஏப்பமிடும் அவலம்...

தன் குறை கூறி நிவாரணம் பெற வேண்டி
காவல் நிலையம் சென்றால்

யாயும் ஞாயும்

காவல் தெய்வங்கள் கை நீட்டி
கையூட்டுப் பெற்று காரியமாற்றும்
அற்புதமான கடமையுணர்வு...

சொத்து விற்க வாங்கச் சென்றால்
பதிவுக் கட்டணத்துடன் தனக்கும்
தனிக்கட்டணம் வசூலிக்கும்
வசூல் ராஜாக்கள்...

வேலைக்கும் இலஞ்சம்
வேலை இடமாறுதலுக்கும் இலஞ்சம்
விடுமுறை அங்கீகரிக்கப்படவும் இலஞ்சம்
முறையான சம்பளம் பெற்றுத் தரவும் இலஞ்சம்
அரசு ஒப்பந்தம் பெறுவதற்கும் இலஞ்சம்
ஒப்பந்தத் தொகை பெறவும் இலஞ்சம்
உழைக்காமல் உண்ணும்
திருடர்கள் பெருகிவிட்டார்கள்
பொய்யும் புரட்டும் புளுகும்
வாழ்வோடு ஒன்றிவிட்டன.
மனிதன் மாறிவிட்டான்
மனிதம் பட்டுவிட்டது
இதுதான் நமது சுதந்திர இந்தியா

ஓ! இந்தியத் தாயே!
உன் நிலை கண்டு
இதயம் கசிகிறது
கண்ணீர் வழிகிறது.

25. எல்லோரும் இந்நாட்டு மன்னர்களாம்...

கஷ்டப்பட்டு
அடியுதைப்பட்டு
இரத்தம் சிந்தி
சுதந்திரம் பெற்றோம்
குடியரசு எனப்
பிரகடனப்படுத்தினோம்
இன்றென்ன...
குடிக்கும்
கும்மாளத்திற்கும்
பஞ்சமில்லை...
பொய்க்கும்
பித்தலாட்டத்திற்கும்
பஞ்சமில்லை...
விலைவாசியோ
இறக்கை கட்டி
விண்ணோக்கிப்
பறக்கிறது...
பெட்ரோல் விலையோ

செவ்வாய்
தூரத்துக்கு
உயரப் பறக்கிறது...
வேற்றுமையில்
வேற்றுமையோடு
வாழப்
பழக்குகிறார்கள்...
உண்ணும் உணவு கூட
நம் இஷ்டப்படி கூடாதாம்
அவர்களை
அப்படியே
பின்பற்ற வேண்டுமாம்...
மண்ணை
மலடாக்க
செயற்கை உரங்கள்...
மட்டுமல்ல
அந்த முதலாளிகள்
கேட்கும் விலைக்கு
விளைந்ததை
விற்றுவிடவேண்டுமாம்...
உரிமைக்காக
குரல் கொடுக்கக் கூடாதாம்...

குரல் கொடுத்தால்
பிரம்படிகளுக்கு
பஞ்சமில்லை...
அறிஞர்களுக்கு
இங்கு வேலையில்லை
இவர்கள் வார்த்தைகளை
இங்கு யாரும்
மதிப்பதில்லை...
ஆனால் சொல்வது
எல்லோரும்
இந்நாட்டு மன்னர்களாம்.

26. விதியே, விதியே என்செய்வது ?

பேசுவது ஒன்று செய்வது ஒன்று
ஊருக்குத் தான் உபதேசம்
தனக்கு...
விதியே விதியே என்செய்வது?

எப்போதும் ஏழைக்கு இரங்குவது பற்றி
வீர வசனம் வீராப்புடன் பேசுவான்
தன்னருகில் ஏழை வந்தால்
ஒதுங்கியே செல்கிறான்.

தன்னைப் போல் பிறரையும் நேசி என்று
பெரியதொரு பிரசங்கமே செய்வான்
அடுத்த வீட்டாரோடு
பேசாமலே வாழ்கிறான்.

உழைப்பின் மேன்மை பற்றி
மணிக்கணக்கில் மைக் பிடிப்பான்
தான் மட்டும் பிறர் உழைப்பை
சுரண்டியே வாழ்கிறான்.

யாயும் ஞாயும்

முதியோர்கள் கவனிக்கப்படவில்லையே
என்ற தன் வருத்தத்தை
மேடையிலே வெளிப்படுத்துவான்
தன் பெற்றோரை முதியோர் இல்லத்துக்கே
அனுப்பி வைக்கிறான்

சமத்துவம் பற்றி வாய் கிழிய
ஊர்தோறும் சொற்போர் நடத்துவான்
தன் சொத்தில் ஒரு சிற்றெறும்பு கூட
நுழையவிடாமல் தடுக்கிறான்

பெண்ணுரிமை பற்றி
பட்டிமன்றமே நடத்துவான்
மகளிர் வந்தாலும்
மகளிர் இருக்கையிலிருந்து
எழும்பாமலேயே
பேருந்தில் பயணிக்கிறான்

கலப்படம் இல்லாது வியாபாரம்
இதுவே தனது இலட்சியம் என்பான்
தன் கடையில் அரிசியில் கல் சேர்த்தே

வியாபாரம் செய்கிறான்.

கொடிது கொடிது
லஞ்சம் பெறுவது கொடிது
என்றே முழக்கிக் கூறுவான்
தான் மட்டும் லஞ்சம் பெற்றே
வளம் கொழிக்கிறான்

முன் தயாரிப்பு இல்லாது
வகுப்பு நடத்தக்கூடாது என்பான்
தான் மட்டும் எந்த தயாரிப்பும்
இல்லாமலே செல்கிறான்

கழிப்பறையின் அவசியம் குறித்தே
அதிகமாக சீறிப் பாய்ந்திடுவான்
தான் மட்டும் திறந்தவெளியையே
கழிப்பறையாகப் பயன்படுத்துகிறான்.

சாக்கடைப் பராமரிப்பின் தேவை பற்றி
விலாவாரியாக விவரிப்பான்
தன் வீட்டு அசுத்தத்தைச்
சாலைக்கே அனுப்பி வைக்கிறான்.

சாலை விதிகளைப் பேணுவது
எப்படி என்று
மாலை நேர வகுப்பே நடத்துவான்
தான் மட்டும் சாலை விதிகளை
காலால் மிதிக்கிறான்

பேசுவது ஒன்று செய்வது ஒன்று
ஊருக்குத் தான் உபதேசம்
தனக்கு...
விதியே விதியே என்செய்வது?

27. மதம்

மதம்
மனிதனைப்
பாடாய்ப்படுத்துகிறது;
நிர்வாணமாய்
நடை பயணம் போகவிடுகிறது;
சாணக்குளியலில்
ஆனந்தமடைய வைக்கிறது;
மனித தலைகளில்
பாலாபிஷேகம் நடத்துகிறது;
மாட்டுச் சிறுநீரை
தேவாமிர்தமாய் இனிக்கச் செய்கிறது;
விரோத மனப்பான்மையை
வளர்க்கிறது;
மூடப் பழக்கங்களுக்கு வலுவூட்டுகிறது;
இதைத்தான் உண்ண வேண்டும்
என்றே கட்டாயப்படுத்துகிறது
மது போதை கொண்டோன்
உளறித் தெளிவான்.

மத போதை கொண்டோன்
உளறுவான்,
ஆனால்
தெளியமாட்டான்.

மத போதை கொண்டோன்
உளறுவான்,
ஆனால்
தெளியமாட்டான்.

28. எச்சில் நீர்

அவரவர் உமிழ்நீர்
அவரவர் உயிர்நீர்
வாயினுள் உமிழ்நீர்
வெளியேறினால் எச்சில் நீர்
கண்ட இடத்தில்
எச்சில் நீர் கூடாது என்போம்
ஆனால்
பேருந்தில் பயணித்து
பேருந்து ஓடும்போதே
பாதசாரிகளின் தலைகளை
எச்சில் நீரால்
அபிசேகம் செய்வோம்
பணத்தாள்களை
எச்சில் தொட்டே எண்ணுவோம்
பேருந்து பயணச்சீட்டுகளை
எச்சில் தொட்டே கிழிப்போம்
அலுவலகக் கோப்புகளை
எச்சில் தொட்டே புரட்டுவோம்
செய்தித்தாள்களை

யாயும் ஞாயும்

எச்சில் தொட்டே திருப்புவோம்
கடைகளில் இரசீதுகளை
எச்சில் தொட்டே கையாளுவோம்
எச்சிலின் தேவை
எப்போதும் தேவை
என்றேயாகிவிட்டது
மறந்தோம் மறந்தோம்
எச்சில் நீர்
நோய் பரப்பும் காரணி
என்பதை மறந்தோம்.

29. நடைப்பயிற்சி

உடலில்
கொழுப்பைக்
குறைக்க
பலரும்
நடைப்பயிற்சியில்
ஈடுபடுகின்றனர்...
இப்போதெல்லாம்
நடைப்பயிற்சி
காலை நேர
தேநீர் கடையில்
வடை தின்பதில் முடிகிறது...
கொழுப்பு
வெளியேறிச் செல்ல
விசா மட்டும் கிடைப்பதில்லை...

30. எல்லாம் கடவுள் செயல்

ஓர் அரசு அலுவலகம்
பணியாற்றுபவர்கள் எட்டு பேர்
அதிலிருவர் பக்திப்பழங்கள்
ஒருவரின் நெற்றியும்
இன்னொருவரின்
வெற்றுக் கழுத்தும்
அதற்கு சாட்சி...
ஒருவர் காலைதோறும்
கோயில் வாசலில்
தோப்புக்கரணம்
போட்ட பின்னரே
அலுவலகம் வருவார்
இன்னொருவரோ
ஞாயிறு தோறும்
நான்கு மணி நேர
மன்றாட்டில் இருப்பார்...
அலுவலகத்திலோ
மனு செய்தவர்கள்
உரிய கவனிப்பு

செய்தால் மட்டுமே
கோப்புகள் நகர்ந்து
ஆகவேண்டியது ஆகும்
ஆம்... இவர்கள் பக்தி பழங்கள்
இவர்கள்
அடிக்கடி முணுமுணுப்பது
'எல்லாம் கடவுள் செயல்'

31. யாயும் ஞாயும்

யாயும் ஞாயும்
யாராகியராய்
இருந்தாலென்ன?
யாம் அன்போடு வாழ்வோம் -
அன்பு புன்னகையில் மட்டுமல்ல
கோபத்திலும் மறைந்திருக்கும்.

தேவைக்கேற்ப பேசுவோம்
தேவைப்படில்
மவுனமாயிருப்போம் -
நேர்மறை சிந்தனைகளை
எப்போதும் கொண்டு வாழ்வோம்.

'நான்' ஒழிந்து
'நாம்' என்றே வாழ்வோம் -
எமக்கு பெயர் கிடைக்க
பிறன் முதுகில் பயணம்
என்பது எம் வாழ்வில்
இல்லையென்றே வாழ்வோம்..

யாம் போதிப்போம்,
போதிப்பதையே
பின்பற்றுவோம்.
அவன்
நன்றாகயிருக்கிறானே
என்ற நினைப்பு
வராமல் உயர்ந்த வாழ்வு
வாழ்வோம்...
யாயும் ஞாயும்
யாராகியராய்
இருந்தாலென்ன?

நூல் ஆசிரியரைப் பற்றி

ஆசிரியர் பறம்பு கே.ரவி அவர்கள் 1962ஆம் ஆண்டு செப்டம்பர் 19ஆம் நாள் கன்னியாகுமரி மாவட்டம், கிள்ளியூர் தாலுகா, மிடாலம் கிராமம், பறம்புவிளை ஊரில் திரு. நா. கைலாசம், திருமதி. செ. தாசம்மாள் தம்பதியரின் ஒரே மகனாகப் பிறந்தார். தொடக்கக் கல்வியை அரசு தொடக்கப் பள்ளி பறம்புவிளையிலும், உயர்நிலைக் கல்வியை கன்கார்டியா உயர்நிலைப் பள்ளி பூட்டேற்றியிலும், புகுமுக வகுப்பு மற்றும் இளங்கலை (ஆங்கிலம்) பட்டப் படிப்பை மார்த்தாண்டம் நேசமணி நினைவு கிறித்தவக் கல்லூரியிலும் முடித்தார். முதுகலை (ஆங்கிலம்) பட்டப் படிப்பை நாகர்கோயில் ஸ்காட் கிறித்தவக் கல்லூரியிலும், இளங்கலை கல்வியியல் மற்றும் முதுகலை கல்வியியல் பட்டப் படிப்புகளை மதுரை காமராசர் பல்கலைக்கழக தொலைதூரக் கல்வி

இயக்ககம் மூலமும் முடித்தார். பின்னர் பெரியார் சிந்தனைகளில் பட்டயச் சான்றிதழ், ஆய்வியல் நிறைஞர் (ஆங்கிலம்) மற்றும் முதுகலை (அரசியல் அறிவியல்) பட்டம் ஆகியன பெற்றுள்ளார். சிறு வயது முதலே கதைகள், கவிதைகள், கட்டுரைகள் எழுதி பள்ளி மற்றும் கல்லூரி விழாக்களில் பரிசுகள் பெற்றுள்ளார். திருநெல்வேலி மாவட்டம் முனைஞ்சிப்பட்டி அரசினர் ஆசிரியர் பயிற்சி நிறுவனம் மற்றும் குமரி மாவட்டம் இலக்குமிபுரம் கலை அறிவியல் கல்லூரி ஆகியவற்றில் சிறிது காலம் விரிவுரையாளராகப் பணியாற்றியுள்ளார். 2002 முதல் 2014 வரை அனைவருக்கும் கல்வி இயக்கம், கிள்ளியூர் மற்றும் குருந்தன்கோடு வட்டார வள மையங்களில் ஆசிரியர் பயிற்றுநராகப் பணியாற்றி ஆசிரியர்களின் நன்மதிப்பைப் பெற்றவர். பின்னர் திருநெல்வேலி மாவட்டம், மூலைக்கரைப்பட்டி மற்றும் கன்னியாகுமரி மாவட்டம், கண்டன்விளை ஆகிய அரசு மேல்நிலைப் பள்ளிகளில் முதுகலை ஆங்கில ஆசிரியராகப்

பணியாற்றி மாணவர்களின் அன்பைப் பெற்றவர். இவர் அரசு உயர்நிலைப் பள்ளி, காரக்கோட்டை, புதுக்கோட்டை மாவட்டம் மற்றும் , அரசு உயர்நிலைப் பள்ளி, பொன்மனை, கன்னியாகுமரி மாவட்டம் ஆகிய பள்ளிகளில் தலைமையாசிரியராகவும் பணியாற்றி ஓய்வு பெற்றவர். இவர் ஒரு சுற்றுச்சூழல் ஆர்வலர்; இயற்கை விவசாயத்தில் விருப்பம் கொண்ட இவர் தனக்கு சொந்தமான நிலத்தில் தென்னை, மா, பலா, வாழை, மிளகு, அன்னாசி, எலுமிச்சை போன்றவை பயிரிட்டு அவற்றோடு ஓய்வு நேரத்தை செலவளிப்பவர்.

தொடர்புக்கு : 9488278374

parampukravi@gmail.com

9 7 9 8 8 8 9 5 4 4 6 5 7 7